இஸ்லாமிய வினாவிடை

அம்மாபட்டினம் செய்தி பெண்கள் குளு

ம.சபீனா பகுருதீன்

Copyright © M.sabeena Bahurudeen
All Rights Reserved.

This book has been published with all efforts taken to make the material error-free after the consent of the author. However, the author and the publisher do not assume and hereby disclaim any liability to any party for any loss, damage, or disruption caused by errors or omissions, whether such errors or omissions result from negligence, accident, or any other cause.

While every effort has been made to avoid any mistake or omission, this publication is being sold on the condition and understanding that neither the author nor the publishers or printers would be liable in any manner to any person by reason of any mistake or omission in this publication or for any action taken or omitted to be taken or advice rendered or accepted on the basis of this work. For any defect in printing or binding the publishers will be liable only to replace the defective copy by another copy of this work then available.

பொருளடக்கம்

அணிந்துரை

1. ஆது கூட்டத்தாரை எதை கொண்டு அல்லாஹ் அளித்தான்?இன்னும் எத்தனை நாட்கள் கொண்டு அளித்தான்?

2. அல்லாஹ்வின் நேசத்திற்குரியவர்கள் யார்?

3. நபிகளாருக்கு ஸஃபர் மாதத்தில்தான் நோய் ஏற்பட்டதா?

4. பல நபிமார்களுக்கு தடயம் இல்லாமல் போனது ஏன்?

5. அல்லாஹ் ஒவ்வொரு தூதரையும் எதற்காக அனுப்பி வைத்தான்?

6. எந்த ஆடவனும் என்னைத் தீண்டாமலும், நான் நடத்தை பிசகியவளாக இல்லாதிருக்கும் நிலையிலும் எனக்கு எவ்வாறு புதல்வன் உண்டாக முடியும்?'' என்று அல்லாஹ் எந்த சூராவில் கூறுகிறான்?

7. الهاكم التكاثر செல்வத்தைப் பெருக்கும் ஆசை உங்களை அல்லாஹ்வை விட்டும் பராக் காக்கி விட்டது என்ற இந்த திருவாசகம் எந்த சூராவில் உள்ளது?

8. ஆடைகளை தூய்மையாக வைத்துக்கொள்ள வேண்டும் என்று அல்லாஹ் எங்கு எவ்வாறு கூறியுள்ளான்?

9. நபி (ஸல்) அவர்கள் பாலைவனத்தில் யாருடன் வசித்தார்கள்?

10. நட்சத்திரம், சந்திரன், மற்றும் சூரியன், இவை எல்லாம் இறைவன் இல்லை என்று எவ்வாறு இப்ராஹீம் (அலை) அவர்கள் அறிந்து கொண்டார்கள்?

11. இஸ்லாம் என்றால் என்ன?

12. முஸ்லிம்கள் என்பவர் யார்?

13. இஸ்லாத்தில் சிறந்தது எது?

14. நபிகள் நாயகம் (ஸல்) அவர்கள் வீட்டில் என்ன வேலை செய்து வந்தார்கள்?

15. மறுமையில் கணவர் மனைவி உறவு எப்படி இருக்கும்?

16. இஸ்லாமிய மார்க்கம் தீவிரவாதத்தை போதிக்கிறதா?

17. ஹய்ய அலஸ் ஸலாத் என்பது சரியா? ஹய்ய அலஸ் ஸலாஹ் என்பது சரியா?

18. முகமது நபி (ஸல்) அவர்களின் நற்குணங்களை கூறவும்?

19. ஃபித்ராவை முஸ்லிம்களுக்கு மட்டும் தான் கொடுக்க வேண்டுமா?

20. குர்ஆன் மொழிபெயர்ப்பு படிப்பதற்கு நன்மை உணடா?

21. ஒருவர் விபச்சாரத்தில் ஈடுபட்டால் அவருடைய மனைவியும் விபச்சாரத்தில் ஈடுபடுத்த படுவார் என்று ஹதீஸ் உள்ளதா?

22. ஆதம் நபி எந்த நாட்டில் இறங்க பட்டார்கள்?

23. அய்யூப் நபி உடல் முழுவதும் புழு வைத்து இருந்ததா?

24. பெண்கள் வீடு வீடாக சென்று தாஃவா பணி செய்யலாமா?

25. முஹம்மது (ஸல்) அவர்களின் முதல் பணி என்ன?

26. குர்ஆனில் எத்தனை இடங்களில் துஆக்கள் இடம்பெற்றிருக்கிறது? அதில் ஐந்தை மட்டும் சொல்லவும்?

27. யூதர்கள் _______ அல்லாஹ்வுடைய மகன் என்று கூறுகிறார்கள்?

28. கிறிஸ்தவர்கள்___ அல்லாஹ்வுடைய மகன் என்று கூறுகிறார்கள்?

29. அவர்களுடைய ஈமானுடன் பின்னும் ஈமானை அதிகரித்துக் கொள்வதற்காக முஃமின்களின் இதயங்களில், அவன் தாம் அமைதியும் (ஆறுதலும்) அளித்தான்; அன்றியும் வானங்களிலும் பூமியிலுமுள்ள படைகள் (எல்லாம்) அல்லாஹ்வுக்கே சொந்தம்; மேலும், அல்லாஹ் நன்கறிந்தவன், ஞானம் மிக்கோன். இந்த வசனம் குரானில் எந்த ஜுஸ்ஃவில் உள்ளது?

30. நற்குணத்தில் உயர்ந்த நபித்தோழியர்கள் இருவர் யார் யார்?

முகவுரை

இஸ்லாமிய வினாவிடை போட்டியில் பங்கேற்று முதல் ஐந்து இடம் பிடித்த வெற்றியாளர்கள் பெயர்களும்,மற்றும் பங்கு-கொண்ட நபர்களின் பெயர்களும்..

1. க. அனீஸ் பாத்திமா (முதலிடம்)
2. அ. நசிமா பானு (இரண்டாமிடம்)
3. எம்.ரெக்ஸோனா (மூண்றாமிடம்)
4. மு. கரீமா (நாண்காமிடம்)
5. எம்.எச்.மைமூன் அம்மாள் (ஐந்தாமிடம்)
6. செ.அ.தஸ்லிமா
7. மு.ராஷிதா
8. செ. தஸ்லிமா பேகம்
9. மு. பர்வின்
10. மு.ஹனா ரிஃப்தா
11. சு.தஸ்லிமா சிபாயா
12. சே. தா. ஹாஜிரா
13. M. ரஜபு நிஷா
14. மு.ரஸ்மியா
15. M.சாரா முபினா
16. ஜ. மு. ஷர்மிளா பானு
17. மு.பாத்திமா சபூரியா
18. மு. ஹதிஜா
19. மு. ஹசன் சில்மியா
20. நி.ஹப்சின
21. M.சுபைதா அம்மாள்

1

❦

1.ஆது கூட்டத்தாரை எதை கொண்டு அல்லாஹ் அளித்தான்?இன்னும் எத்தனை நாட்கள் கொண்டு அளித்தான்?

இன்னும், ஆது கூட்டத்தாரோ பேரொலியோடு வேகமாகச் சுழன்று அடித்த கொடுங்காற்றினால் அழிக்கப்பட்டனர்.

    (அல்குர்ஆன் : 69:6)

سَخَّرَهَا عَلَيۡهِمۡ سَبۡعَ لَيَالٍ وَثَمَٰنِيَةَ أَيَّامٍ حُسُومًا فَتَرَى الۡقَوۡمَ فِي صَرۡعَى كَأَنَّهُمۡ أَعۡجَازُ نَخۡلٍ خَاوِيَةٍ

அவர்கள் மீது, அதை ஏழு இரவுகளும், எட்டுப் பகல்களும் தொடர்ந்து வீசச் செய்தான்; எனவே அந்த சமூகத்தினரை, அடியுடன் சாய்ந்து- விட்ட ஈச்சமரங்களைப் போல் (பூமியில்) விழுந்து கிடப்பதை (அக்- காலை நீர் இருந்திருந்தால்) பார்ப்பீர்.

    (அல்குர்ஆன் : 69:7)

2.அல்லாஹ்வின் நேசத்திற்குரியவர்கள் யார்?

وَمَنْ يَّتَوَلَّ اللّٰهَ وَ رَسُوْلَهُ؟ وَالَّذِيْنَ اٰمَنُوْا قَاِنَّ حِزْبَ اللّٰهِ هُمُ الْغٰلِبُوْنَ

அல்லாஹ்வையும் அவனது தூதரையும் முஃமின்களையும் யார் நேசர்களாக ஆக்குகிறார்களோ, அவர்கள்தாம் ஹிஸ்புல்லாஹ் (அல்லாஹ்வின் கூட்டத்தினர்) ஆவார்கள்; நிச்சயமாக இவர்களே மிகைத்து வெற்றியுடையோராவார்கள்.

(அல்குர்ஆன் : 5:56)

3.நபிகளாருக்கு சஃபர் மாதத்தில்தான் நோய் ஏற்பட்டதா?

நபி (ஸல்) அவர்களுக்கு பல தடவை நோய் ஏற்பட்டுள்ளது. மிகக் கடுமையாக பாதிக்கப்பட்டுள்ளார்கள்.

அப்துல்லாஹ் பின் மஸ்ஊத் (ரலி) அவர்கள் கூறியதாவது:

அல்லாஹ்வின் தூதர் (ஸல்) அவர்கள் கடும் காய்ச்சலால் சிரமப்பட்டுக் கொண்டிருந்தபோது நான் அவர்களிடம் சென்று அவர்களை என் கையால் தொட்டு, "அல்லாஹ்வின் தூதரே! தாங்கள் கடும் காய்ச்சலால் சிரமப்படுகிறீர்களே!" என்று கேட்டேன். அதற்கு அல்லாஹ்வின் தூதர் (ஸல்) அவர்கள், "ஆம்; உங்களால் இருவர் காய்ச்சலால் அடையும் துன்பத்தைப் போன்று நான் (ஒருவனே) அடைகிறேன்" என்று சொன்னார்கள்.

நான், "(இந்தத் துன்பத்தின் மூலம்) தங்களுக்கு இரு (மடங்கு) நன்மைகள் கிடைக்கும் என்பதா இதற்குக் காரணம்?" என்று கேட்டேன். அல்லாஹ்வின் தூதர் (ஸல்) அவர்கள் "ஆம்' என்று கூறிவிட்டுப் பிறகு, "ஒரு முஸ்லிமுக்கு ஏற்படும் நோயாயினும், அது அல்லாத வேறு துன்பமாயினும் (அதற்கு ஈடாக), மரம் தன் இலைகளை உதிர்த்து விடுவதைப் போன்று அவருடைய பாவங்களை அல்லாஹ் உதிர்க்காமல் விடுவதில்லை" என்று சொன்னார்கள்.

நூல் : புகாரி (5660)

4.பல நபிமார்களுக்குத் தடயம் இல்லாமல் போனது ஏன்?

மனித சமுதாயத்துக்குச் சான்றாக எதை ஆக்கலாம் என்பதை முடிவு செய்யும் அதிகாரம் அல்லாஹ்விடம் மட்டுமே உள்ளது. அவன் விரும்-பும் பொருட்களை அத்தாட்சியாக ஆக்குவான்.

நபி நூஹ் (அலை) அவர்களின் கப்பலை இந்தச் சமுதாயத்துக்கு அத்தாட்சியாக ஆக்கியது போன்று கொடுங்கோல அரசன் ஃபிர்அவ்-னுடைய உடலையும் அத்தாட்சியாக ஆக்கியுள்ளான்.

ஒவ்வொரு நபிக்கும் ஒரு அத்தாட்சியை இந்த உலகத்தில் வைக்க வேண்டும் என்று அல்லாஹ் நாடவில்லை என்று இதைப் புரிந்து கொள்ள வேண்டும். குர்ஆனில் சில நபிமார்களின் வரலாறு மட்டுமே கூறப்பட்டுள்ளது. பல நபிமார்களின் வரலாறுகளை இறைவன் கூற-வில்லை.

$$\text{وَلَقَدْ أَرْسَلْنَا رُسُلًا مِنْ قَبْلِكَ مِنْهُمْ مَنْ قَصَصْنَا عَلَيْكَ وَمِنْهُمْ مَنْ لَمْ نَقْصُصْ عَلَيْكَ وَمَا كَانَ لِرَسُولٍ أَنْ يَأْتِيَ بِآيَةٍ إِلَّا بِإِذْنِ اللَّهِ فَإِذَا جَاءَ أَمْرُ اللَّهِ قُضِيَ بِالْحَقِّ وَخَسِرَ هُنَالِكَ الْمُبْطِلُونَ}$$

40(78)

உமக்கு முன் பல தூதர்களை அனுப்பினோம். அவர்களில் சிலரைப் பற்றி உமக்குக் கூறியிருக்கிறோம். அவர்களில் சிலரைப் பற்றி நாம் உமக்குக் கூறவில்லை. அல்லாஹ்வின் விருப்பப்படியே தவிர எந்த அற்-புதத்தையும் கொண்டு வருவது எந்தத் தூதருக்கும் இல்லை. எனவே அல்லாஹ்வின் கட்டளை வரும் போது நியாயமாகத் தீர்ப்பளிக்கப்படும். அப்போது வீணர்கள் இழப்பை அடைவார்கள்.

அல்குர்ஆன் (40 : 78)

5.அல்லாஹ் ஒவ்வொரு தூதரையும் எதற்காக அனுப்பி வைத்தான்?

وَمَآ أَرْسَلْنَا مِن رَّسُوْلٍ إِلَّا بِلِسَانِ قَوْمِهِ؟ لِيُبَيِّنَ لَهُمْ فَيُضِلُّ اللّهُ مَن

يَّشَآءُ؟ وَيَهْدِىٰ مَنْ يَّشَآءُ؟ وَهُوَ الْعَزِيْزُ الْحَكِيْمُ

ஒவ்வொரு தூதரையும் அவருடைய சமூகத்தாருக்கு அவர் விளக்கிக் கூறுவதற்காக அவர்களுடைய மொழியிலேயே (போதிக்கும் படி) நாம் அனுப்பிவைத்தோம்; அல்லாஹ் தான் நாடியோரை வழிதவறச் செய்-கின்றான், தான் நாடியோருக்கு நேர்வழியையும் காண்பிக்கின்றான்; அவன் மிகைத்தவனாகவும் ஞானமுடையவனாகவும் இருக்கின்றான்.

(அல்குர்ஆன் : 14:4)

6. "எந்த ஆடவனும் என்னைத் தீண்டாமலும், நான் நடத்தை பிசகியவளாக இல்லாதிருக்கும் நிலையிலும் எனக்கு எவ்வாறு புதல்வன் உண்டாக முடியும்?" என்று அல்லாஹ் எந்த சூராவில் கூறுகிறான்?

பதில்- (சூரா அல்மர்யம்)

(அல்குர்ஆன் : 19:20)

7. آللّٰهُ؟كُمُ التَّكَاثُرُ

செல்வத்தைப் பெருக்கும் ஆசை உங்களை (அல்லாஹ்வை விட்டும்) பராக்காக்கி விட்டது- என்ற இந்த திருவாசகம் எந்த சூராவில் உள்ளது?

பதில்,அத்தகாஸூர் சூரா

(அல்குர்ஆன் : 102:1)

8.ஆடைகளை தூய்மையாக வைத்துக்கொள்ள வேண்டும் என்று அல்லாஹ் எங்கு எவ்வாறு கூறியுள்ளான் ?

ஸூரா முத்தஸீர் 74:4 ஆயத்தில்

உம் ஆடைகளை தூய்மையாக வைத்துக்கொள்வீர் என அல்லாஹ் கூறியுள்ளான்.

9.நபி (ஸல்) அவர்கள் பாலைவனத்தில் யாருடன் வசித்தார்கள்?

முகமதின் பிறப்பிற்கு ஆறு மாதங்கள் முன்னரே அவரது தந்தை அப்துல்லா இறந்துவிட்டார். பாலைவனமே குழந்தையின் வளர்ச்சிக்கு நல்லது என கருதி, சிறுபிள்ளையான முகம்மதை பாலைவனத்தில் உள்ள ஓர் பெதாவுன் குடும்பத்திற்கு அனுப்பி வைத்தனர்.செவிலித்தாய் ஹலிமா பின்த் அபு துயப் மற்றும் அவளது கணவரின் பாதுகாப்பில் இரண்டு வயது வரை முகம்மது வளர்ந்தார்.

(ஹலிமா அஸ் ஸகதியா என்ற வளர்ப்புத்தாய் அவர்களுடன் பாலைவனத்தில் வசித்தார்கள்.)

10. நட்சத்திரம், சந்திரன், மற்றும் சூரியன், இவையெல்லாம் இறைவன் இல்லை என்று எவ்வாறு இப்ராஹிம் (அலை) அவர்கள் அறிந்து கொண்டார்கள்?

நட்சத்திரம், சந்திரன், மற்றும் சூரியன் இவையெல்லாம் மறைந்துவிட்டதால் இறைவன் இல்லை என்று அறிந்து கொண்டார்கள்.

11,இஸ்லாம் என்றால் என்ன?

இஸ்லாம் என்ற சொல்லிற்கு அமைதி (சாந்தி), சமாதானம், கீழ்ப்படிதல் அல்லது கட்டுப்படுதல் அல்லது முழுமையாக அர்ப்பனிதல் என்ற பொருளாகும். ஆயினும் மார்க்கத்தில் 'இஸ்லாம்' என்பதற்கு ஒருவர் தன்னுடைய விருப்பு வெறுப்புகளை முழுமையாக அவரை படைத்த இறைவனின் கட்டளைகளுக்கு ஏற்ப அர்ப்பனித்தல் என்றே சொல்லப்படும்.. பலர் நினைத்திருப்பது போன்று இஸ்லாம் மார்க்கம் முஹம்மது நபி (ஸல்) அவர்களால் தோற்றுவிக்கப்பட்ட மார்க்கமன்று. ஆதி மனிதர் ஆதாம் (அலை) அவர்கள் முதற்கொண்டு இறைவன் மனதர்களுக்கு நேர்வழிகாட்ட அனுப்பிய நோவா, ஆப்ரஹாம், மோஸஸ், இயேசு போன்ற அனைத்து தூதர்கள் அனைவரும் போதித்த மார்க்கம் தான் இஸ்லாம். இந்த இறைத் தூதர்களின் வரிசையில் கடைசியாக வந்தவர் தான் முஹம்மது நபி (ஸல்) அவர்களாவார்.

12, முஸ்லிம்கள் என்பவர்கள் யார்?

அகில உலகங்களையும் படைத்து, உணவளித்து பரிபாலித்து வரும் ஒரே இறைவன் அல்லாஹ் என்றும் அவனைத் தவிர வணங்கப்படுவதற்குத் தகுதியான வேறு இறைவன் யாரும் இல்லை என்றும் அவனுடைய படைப்பினங்களான மனிதர்களுக்கு சத்திய நேர்வழி காட்டிட அவன் ஆதி மனிதர் ஆதாம் (அலை) அவர்கள் முதல் தொடராக இறைவன் அனுப்பிய தூதர்களில் முஹம்மது (ஸல்) அவர்கள் இறுதியானவர் என்றும் நம்பிக்கைக் கொண்டு அதன்படி செயல்படுபவர்கள் முஸ்லிம்கள் ஆவர். ஒரே இறைவனை ஏற்றுக்கொண்டவர்களுக்கு இறைவன் சூட்டிய பெயர் முஸ்லிம்கள் என்பதாகும். மாற்று மதத்தவர்கள் அழைப்பது போல முஹம்மதியர்கள் என்று கூறுவது தவறாகும். ஏனென்றால் இம்மார்க்கத்தை முஹம்மது நபி (ஸல்) அவர்கள் புதிதாக உருவாக்கவில்லை. மேலும் கிறிஸ்தவர்கள் இயேசு கிறிஸ்துவை வணங்குவது போன்று முஸ்லிம்கள் முஹம்மது (ஸல்) அவர்களை வணங்குவது இல்லை. முஹம்மது நபி (ஸல்) அவர்கள் இறைத்தூதரின் வரிசையில் வந்த இறுதி தூதரே அன்றி வேறில்லை என முஸ்லிம்கள் நம்பிக்கைக் கொண்டுள்ளனர்.

13, இஸ்லாத்தில் சிறந்தது எது?

ஒருவர் இறைத்தூதர் முஹம்மது நபி(ஸல்) அவர்களிடம் இஸ்லாத்தில் சிறந்தது எது என கேட்டதற்கு (பசித்தோருக்கு) நீர் உணவளிப்பதும், நீர்அறிந்தவருக்கும் ஸலாம் கூறுவதுமாகும் என்றார்கள்...

14, நபிகள் நாயகம் (ஸல்) அவர்கள் வீட்டில் என்ன (வேலை) செய்து வந்தார்கள்?

என்று நான் ஆயிஷா (ரலி) அவர்களிடம் கேட்டேன். அதற்கு ஆயிஷா (ரலி) அவர்கள், நபிகள் நாயகம் (ஸல்) அவர்கள் தம் வீட்டாருக்காக (வீட்டு) வேலைகளைச் செய்து வந்தார்கள். தொழுகை அறிவிப்பை (பாங்கு சப்தத்தை)ச் செவிமடுத்தால் (தொழுகைக்காகப்) புறப்பட்டு விடுவார்கள் என்று பதிலளித்தார்கள். அறிவிப்பவர் ; அஸ்வத் பின் யஸீத் (ரஹ்) நூல்: புகாரி 5363

مسند أحمد بن حنبل 24793 — حدثنا عبد الله حدثني أبي ثنا مؤمل قال ثنا سفيان عن هشام عن أبيه قال قيل لعائشة : ما كان النبي صلى الله عليه و سلم يصنع في بيته قالت كما يصنع أحدكم يخصف نعله ويرقع ثوبه வீட்டில் தமது செருப்பைத் தாமே தைப்பார்கள். தமது ஆடையின் கிழிசலையும் தாமே தைப்பார்கள். வீட்டு வேலைகளையும் செய்வார்கள். அறிவிப்பவர் : உர்வா நூல் : அஹ்மத்

15,மறுமையில் கணவர் மனைவி உறவு எப்படி இருக்கும்?

மறுமை பற்றிய செய்திகள் நமக்கு குறைவாகவே கொடுக்கப்பட்டுள்ளது. அதனை பற்றிய ஞானம் அல்லாஹ்விடத்தில் மட்டுமே உள்ளது. அல்லாஹ் தன் திருமறையில்.எதைபற்றிய ஞானம் கொடுக்கப்படவில்லையோ அதை பற்றி தொடரவேண்டாம் என கூறியுள்ளான்.

அல்லாஹ் கணவன் மனைவி பற்றி கூறிய விஷயங்களில் நாம் உலகில் உள்ள கணவன் மறுமையில் வேண்டும் என துவா கேட்கும்-

போது,இருவரும் ஈமானை பேணி,நற்கருமங்கள் செய்து இறைவன் நாடி-னால் சொர்க்கத்தை அடையலாம்.

அங்கு இங்குள்ளது போல் இல்லாமல் பல மடங்கு அழகுள்ளவர்-களாக மாற்றப்படுவோம். பெண்கள் அழகிய முத்துக்கள் போல் இருப்-பார்கள். யாருமே எதிர்பாத்திராத பல இன்பங்கள் கணவன் மனைவிக்கு கிட்டும். அங்கு மகிழ்ச்சி மட்டுமெ இருக்கும். என்றென்றும் இளமை-யுடன் மட்டுமே இருப்பார்கள். மரணம் இல்லை. அவர்களுக்கு பலவித கனிவகைகள் கிடைக்கும். ஆறுகள் ஓடும். இப்படி அல்லாஹ் கூறிய அனைத்து இன்பங்களும் சொர்க்கத்தில் கிடைக்கும்.

[ஆதாரங்கள்]

وَلَا تَقْفُ مَا لَيْسَ لَكَ بِهِ عِلْمٌ ۚ إِنَّ السَّمْعَ وَالْبَصَرَ وَالْفُؤَادَ كُلُّ أُولَٰئِكَ كَانَ عَنْهُ مَسْئُولًا 17:3617:36

எதைப்பற்றி உமக்கு(த் தீர்க்க) ஞானமில்லையோ அதை(ச் செய்யத்) தொடரவேண்டாம்; நிச்சயமாக (மறுமையில்) செவிப்புலனும், பார்வை-யும், இருதயமும் இவை ஒவ்வொன்றுமே (அதனதன் செயல் பற்றி) கேள்வி கேட்கப்படும்.

அவரது இளமை அழிந்துபோகாது" என்று நபி(ஸல்) அவர்கள் கூறினார்கள். அறிவிப்பாளர் : அபூஹுரைரா (ரலி) நூல் : முஸ்லிம் 5456

மறைத்துவைக்கப்பட்ட முத்துக்களைப் போல் இருப்பார்கள்." அல்-குர்ஆன் 56:23

சொர்க்கத்தின் மங்கையரில் ஒருவர் பூமியில் தோன்றினால் வானத்-துக்கும் பூமிக்கும் இடையே உள்ள பகுதிகளெல்லாம் ஒளிரும். மேலும், அப்பகுதிகள் அனைத்திலும் நறுமணம் கமழும்." அறிவிப்பாளர் : அனஸ்(ரலி) நூல்: புகாரி 6568

சொர்க்கத்தில் (மக்கள் ஒன்றுகூடும்) சந்தை ஒன்று உண்டு. அங்கு ஒவ்வொரு வெள்ளிக்கிழமையும் சொர்க்கவாசிகள் வருவார்கள். அப்-போது வட பருவக்காற்று வீசி அவர்களுடைய முகங்களிலும் ஆடைக-ளிலும் (கஸ்தூரி மண்ணை) வாரிப் போடும். உடனே அவர்கள் மென்-மேலும் அழகும் பொலிவும் பெறுவார்கள். பிறகு அழகும் பொலிவும் அதிகமாகப் பெற்ற நிலையில் அவர்கள் தங்கள் துணைவியரிடம் திரும்-பிச் செல்வார்கள். அப்போது அவர்களிடம் அவர்களுடைய துணைவி-

யர், "எங்களிடமிருந்து சென்ற பின்னர் கூடுதலான அழகும் பொலிவும் பெற்றுவிட்டீர்களே!" என்று கூறுவர். அதற்கு அவர்கள், "அல்லாஹ்-வின் மீதாணையாக! நாங்கள் சென்ற பிறகு நீங்களும்தான் கூடுதலான அழகும் பொலிவும் பெற்றிருக்கிறீர்கள்" என்று கூறுவர். அறிவிப்பாளர் : அனஸ்(ரலி) நூல்: முஸ்லிம் 5448

"என் நல்லடியார்களுக்காக எந்தக் கண்ணும் பார்த்திராத, எந்த காதும் கேட்டிராத, எந்த மனிதரின் உள்ளத்திலும் தோன்றியிராத இன்-பங்களை நான் (சொர்க்கத்தில்) தயார்படுத்தி வைத்துள்ளேன்" என்று கூறினான். எனினும், (சொர்க்கத்தின் இன்பங்கள் குறித்து) அல்லாஹ் உங்களுக்கு அறிவித்துள்ளது சொற்பமே! என்று நபி(ஸல்) அவர்கள் கூறினார்கள். அறிவிப்பாளர் : அனஸ்(ரலி) நூல்: முஸ்லிம் 5439

وَمَن يَعْمَلْ مِنَ الصَّالِحَاتِ مِن ذَكَرٍ أَوْ أُنثَىٰ وَهُوَ مُؤْمِنٌ فَأُولَٰئِكَ يَدْخُلُونَ الْجَنَّةَ وَلَا يُظْلَمُونَ نَقِيرًا (4:124) 4:124

ஆகவே, ஆணாயினும் சரி, பெண்ணாயினும் சரி, யார் ஈமான் கொண்டவர்களாக நற்கருமங்கள் செய்கிறார்களோ, அவர்கள் சுவனபதி-யில் நுழைவார்கள்; இன்னும் அவர்கள் இம்மியேனும் அநியாயம் செய்-யப்பட மாட்டார்கள்.

جَنَّاتُ عَدْنٍ يَدْخُلُونَهَا وَمَن صَلَحَ مِنْ آبَائِهِمْ وَأَزْوَاجِهِمْ وَذُرِّيَّاتِهِمْ ۖ وَالْمَلَائِكَةُ يَدْخُلُونَ عَلَيْهِم مِّن كُلِّ بَابٍ (13:23) 13:23

நிலையான (அந்த) சுவனபதிகளில் இவர்களும், இவர்களுடைய தந்தையரில், இவர்களுடைய மனைவிமார்களில், இவர்கள் சந்ததியி-னரில் (சன்மார்க்கத்திற்கு) இசைந்து யார் நடந்தார்களோ அவர்களும் நுழைவார்கள்; மலக்குகள் ஒவ்வொரு வாயில் வழியாகவும் இவர்களிடம் வருவார்கள்.

ادْخُلُوا الْجَنَّةَ أَنتُمْ وَأَزْوَاجُكُمْ تُحْبَرُونَ (43:70) 43:70

நீங்களும், உங்கள் மனைவியரும் மகிழ்வடைந்தவர்களாக சுவர்க்கத்-தில் நுழையுங்கள் (என்று மறுமையில் அவர்களுக்குக் கூறப்படும்).

يُطَافُ عَلَيْهِم بِصِحَافٍ مِّن ذَهَبٍ وَأَكْوَابٍ ۖ وَفِيهَا مَا تَشْتَهِيهِ الْأَنفُسُ وَتَلَذُّ الْأَعْيُنُ ۖ وَأَنتُمْ فِيهَا خَالِدُونَ (43:71) 43:71

பொன் தட்டுகளும், கிண்ணங்களும் அவர்களைச் சுற்றிக் கொண்-டேயிருக்கும்; இன்னும் அங்கு அவர்கள் மனம் விரும்பியதும், கண்க-

ஞுக்கு இன்பம் தருவதும் அதிலுள்ளன; இன்னும், "நீங்கள் இங்கு என்-
றென்றும் தங்கியிருப்பீர்கள்!" (என அவர்களிடம் சொல்லப்படும்.)

3245. இறைத்தூதர்(ஸல்) அவர்கள கூறினார்கள்: சொர்க்கத்தில்
முதலாவதாக நுழைகிற அணியினரின் தோற்றம் பௌர்ணமி இரவில் சந்-
திரனின் தோற்றத்தைப் போல் (பிரகாசமாக) இருக்கும். சொர்க்கத்தில்
அவர்கள் எச்சில் துப்பவும் மாட்டார்கள்; மல(ஜல)ம் கழிக்கவும் மாட்-
டார்கள். அங்கு அவர்களின் பாத்திரங்கள் தங்கத்தாலானவையாக
இருக்கும். அவர்களின் (தலை வாரும்) சீப்புகள் தங்கத்தாலும் வெள்-
ளியாலும் ஆனவையாய் இருக்கும். (அவர்கள் நறுமண ஆவி பிடிப்-
பதற்காக வைத்திருக்கும்) அவர்களின் தூப கலசங்கள் அகில் கட்-
டைகளால் எரிக்கப்படும். (அங்கே) அவர்களின் வியர்வை (நறுமணம்
வீசுவதில்) கஸ்தூரியாக இருக்கும். அவர்களில் ஒவ்வொருவருக்கும்
துணைவியர் இருவர் இருப்பர். அவ்விருவருடைய கால்களின் எலும்பு
மஜ்ஜை (காலின் அபரிமிதமான) அழகின் காரணத்தால் வெளியே
தெரியும். (சொர்க்கவாசிகளின் முதல் அணியினரான) அவர்களுக்கி-
டையே மனவேறுபாடோ, பரஸ்பர வெறுப்புணர்வோ இருக்காது. அவர்-
களின் உள்ளங்கள் அனைத்தும் ஒன்றாகவே இருக்கும். அவர்கள் அல்-
லாஹ்வின் தூய்மையைக் காலையும் மாலையும் எடுத்துரைத்துக் கொண்-
டேயிருப்பார்கள். என அபூ ஹுரைரா(ரலி) அறிவித்தார். ஸஹீஹ்
புகாரி அத்தியாயம் : 59. படைப்பின் ஆரம்பம்

16, இஸ்லாமிய மார்க்கம் தீவிரவாதத்தை போதிக்கிறதா?

எவர் படைப்பினங்களின் கருணை காட்டவில்லையோ அவன் மீது
படைத்தவன் கருணை காட்ட மாட்டான். - முஹம்மது நபி ஸல்.
(ஸஹீஹ் புஹாரி 6013)

எவர் அநியாயமாக ஒருவரை கொலை செய்தால் அவர் உலகில்
உள்ள எல்லா மக்களையும் கொலை செய்தவரை போலாவார் . -
இறைமறை குர்ஆன் (5:32)

மேற்கண்ட குரஆன் வசனம் மூலம் அறியமுடிவது என்னவென்றால்,
ஒரு கொலை செய்வதை , ஒட்டுமொத்த மக்களை கொன்றது போன்ற

மிக பெரும் பாவமாக கண்டிக்கிறது. இன்னும் இந்த கட்டளைகளை மீறுபவர்களுக்கு (நாங்கள் நம்பும்) மறுமை நாளில் தண்டிக்கப்படுவார்கள் என்பதே இஸ்லாத்தின் போதனை.

இஸ்லாம் தீவிரவாதத்தை ஒரு போதும் ஆதரிப்பதில்லை. ஊக்குவிப்பதுமில்லை. மாறாக கடுமையாக கண்டிக்கிறது. கொலை செய்தவனுக்கு மிக கடுமையான தண்டனையே அளிக்க சொல்கிறது.

17, ஹய்ய அலஸ் ஸலாத் என்பது சரியா? ஹய்ய அலஸ் ஸலாஹ் என்பது சரியா?

அரபு மொழியில்

ة (தா) என்ற எழுத்து ஒரு சொல்லின் இறுதியில் இருந்தால் அதற்கு இரண்டு விதமான உச்சரிப்பு உண்டு.

அதாவது அச்சொல்லுடன் மூச்சை நிறுத்தினால் அதை ஹ் என்று உச்சரிக்க வேண்டும்.

மூச்சை நிறுத்தாமல் அதைத் தொடர்ந்து வேறு சொற்கள் சேர்க்கப்பட்டால் அப்போது த் என்ற சப்தம் வருமாறு உச்சரிக்க வேண்டும்.

[உதாரணமாக]

الصلاة جامعة அஸ்ஸலாது ஜாமியா(ஹ்) என்பதைக் கவனியுங்கள்.

இதில் அஸ்ஸலாது என்பதிலும், ஜாமிஆ என்பதிலும் அரபு மூலத்தில்

ة என்ற எழுத்து பயன்படுத்தப்பட்டுள்ளது.

ஆனால் அஸ்ஸலாது என்பதுடன் மூச்சை நிறுத்தாமல் ஜாமிஆ என்பதையும் ஒரே மூச்சில் சேர்த்துச் சொல்வதால் அஸ்ஸலாது என்று சொல்ல வேண்டும்.

ஆனால் ஜாமிஅது என்பதில் நாம் மூச்சை நிறுத்துவதால் அதை தா என்று உச்சரிக்காமல் ஹ் என்று உச்சரிக்க வேண்டும். ஜாமிஅது எனக் கூறாமல் ஜாமிஆ(ஹ்) என்று கூற வேண்டும்.

பெண்களின் பெயர்களின் கடைசியில் பெரும்பாலும் இந்த எழுத்து இருக்கும்.

عائشة ஆயிஷது என்று கூறாமல் ஆயிஷா(ஹ்) என்று கூறுவது இதன் அடிப்படையில் தான்.

ஹய்ய அலஸ்ஸலா(ஹ்) என்று நாம் மூச்சை நிறுத்துவதால் ஹய்ய அலஸ்ஸலாஹ் என்று கூறுவது தான் சரி.

18, முஹம்மது நபி (ஸல்) அவர்களின் நார்குணங்களை கூறவும்?

1. பொறுமையாளர்
2. நேர்மையாளர்
3. ஞானமிக்கவர்
4. கருணைமிக்கவர்

19. பித்ராவை முஸ்லிம்களுக்கு மட்டும் தான் கொடுக்க வேண்டுமா?

இது குறித்து நேரடியான எந்தக் கட்டளையும் ஹதீஸ்களில் காணப்பட-வில்லை. பொதுவாக இஸ்லாத்தில் சொல்லப்பட்ட எல்லா தர்மங்களும் தேவையுடையவர்களைக் கருத்தில் கொண்டதாகும். எல்லா தர்மங்க-ளையும் முஸ்லிம்களுக்குக் கொடுப்பது போல் முஸ்லிமல்லாதவர்களுக்-கும் கொடுக்கலாம்.

ஆனால் பித்ரா தர்மத்துக்கு இது பொருந்தாது.

20. குர்ஆன் மொழிபெயர்ப்பு படிப்பதற்கு நன்மை உண்டா?

திருக்குர்ஆன் மூலம் ஒரு முஸ்லிம் பல வித நன்மைகளை அடைந்து கொள்ள முடியும்.

அல்லாஹ்வின் வேதத்தை அவன் கூறியவாறு அப்படியே ஓதுவதன் மூலம் நன்மை அடையலாம்.

இப்படி ஓதுவதால் ஒரு எழுத்துக்குப் பத்து நன்மைகளை அல்லாஹ் வழங்குகிறான். இந்த நன்மையை மொழிபெயர்ப்புகளை வாசிக்கும் போது கிடைக்காது.

21. ஒருவர் விபச்சாரத்தில் ஈடுபட்டால் அவருடைய மனைவியும் விபச்சாரத்தில் ஈடுபடுத்தப்படுவார் என்று ஹதீஸ் உள்ளதா?

ஒருவர் விபச்சாரத்தில் ஈடுபட்டால் அவருடைய மனைவியும் விபச்சாரத்தில் ஈடுபடுத்தப்படுவார் என்ற கருத்தில் ஆதாரப்பூர்வமான எந்த செய்தியும் இல்லை.

ஆனால் குர்ஆன் வசனங்கள் இக்கருத்தைக் கூறுவதாக சிலர் மக்களிடம் பிரச்சாரம் செய்கின்றனர். குர்ஆன் வசனங்களுக்கு தவறான பொருள் கொண்டு இந்தத் தவறை செய்து வருகின்றனர்.

$$\text{الزَّانِي لَا يَنكِحُ إِلَّا زَانِيَةً أَوْ مُشْرِكَةً وَالزَّانِيَةُ لَا يَنكِحُهَا إِلَّا زَانٍ أَوْ مُشْرِكٌ وَحُرِّمَ ذَلِكَ عَلَى الْمُؤْمِنِين (3)24}$$

விபச்சாரம் செய்தவன், விபச்சாரம் செய்தவளையோ இணை கற்பிப்பவளையோ தவிர மற்றவர்களை மணந்து கொள்ள மாட்டான். விபச்சாரம் செய்தவளை, விபச்சாரம் செய்தவனோ இணை கற்பிப்பவனோ தவிர மற்றவர்கள் மணந்து கொள்ள மாட்டார்கள். இது நம்பிக்கை கொண்டோர் மீது தடை செய்யப்பட்டுள்ளது.

அல்குர்ஆன் (24 : 3)

22, ஆதம் நபி எந்த நாட்டில் இறக்கப்பட்டார்கள்?

மக்காவாக இருக்கலாம்

ஆதம் (அலை) அவர்கள் எங்கு இறக்கப்பட்டார்கள் என்பது குறித்து நேரடியாக குர்ஆன் ஹதீஸில் எந்தக் குறிப்பும் இல்லை. இது குறித்து ஏராளமான கதைகள் கூறப்படுகின்றன. இவற்றில் எதற்குமே ஆதாரம் இல்லை. ஆனால் முதன்முதலில் அல்லாஹ்வை வணங்குவ-

தற்காகக் கட்டப்பட்ட ஆலயம் மக்காவில் உள்ள கஃபா தான் என்று அல்குர்ஆன் கூறுகின்றது.

அகிலத்தின் நேர் வழிக்குரியதாகவும், பாக்கியம் பொருந்தியதாகவும் மனிதர்களுக்காக அமைக்கப்பட்ட முதல் ஆலயம் பக்கா(எனும் மக்கா)வில் உள்ளதாகும்.

அல்குர்ஆன் 3:96

மனித சமுதாயம் இறைவனை வழிபடுவதற்காக அமைக்கப்பட்ட முதல் ஆலயம் கஃபா என்றால் அதை ஏற்படுத்தியவர் ஆதம் (அலை) அவர்களாகத் தான் இருக்க வேண்டும். ஆதம் (அலை) அவர்கள் இறைத்தூதராக இருந்ததால் அவர்கள் வணங்குவதற்காக நிச்சயம் ஓர் ஆலயத்தை நிர்மாணித்திருப்பார்கள்.அந்த ஆலயம் மக்காவில் உள்ள கஃபா என்று இறைவன் கூறுகின்றான். எனவே இதை வைத்துப் பார்க்-கும் போது ஆதம் (அலை) அவர்களும் அவரது துணைவியாரும் இறக்கப்பட்டது மக்காவாக இருக்கலாம்.

23. அய்யூப் நபி உடல் முழுதும் புழு வைத்து இருந்ததா?

இல்லை. ஏதோ ஒருவிதமான நோய்.

இறைத்தூதர் அய்யூப் (அலை) அவர்கள் தோல் நோயால் பாதிக்-கப்பட்டு அவர்களின் உடல் முழுவதும் புழுக்கள் பரவியது என்றும் சில புழுக்கள் உடலிலிருந்து கீழே விழுந்தால் அவர்கள் அவற்றை எடுத்து மீண்டும் தன் உடலுக்குள் செலுத்துவார்கள் என்றும் கூறப்படுகின்து. இது உண்மையா?

சில ஆலிம்கள் இப்படியொரு பொய்யான கதையை உரைகளில் கூறி வருகின்றனர். சில தஃப்ஸீர் நூற்களில் இந்தக் கதை கூறப்பட்டுள்-ளது.

ஆனால் அய்யூப் (அலை) அவர்களுக்கு இது போன்று நடந்ததாக அல்லாஹ்வின் தூதர் (ஸல்) அவர்கள் கூறவில்லை. இதற்கு எந்தச் சான்றும் ஹதீஸ் நூற்களில் இடம் பெறவில்லை.

அய்யூப் (அலை) அவர்களுக்கு குஷ்ட நோய் இருந்ததாக இப்னு மாஜாவில் பதிவாகியுள்ள 3478 வது செய்தி கூறுகின்றது.

இந்த செய்தியின் அறிவிப்பாளர் தொடரில் உஸ்மான் பின் மத்தர் என்பவரும் ஹசன் என்பவரும் தொடர்ந்து இடம் பெறுகின்றனர். இவ்விருவரும் பலவீனமானவர்கள் என்று இமாம்கள் தெளிவுபடுத்தியுள்ளனர்.

அய்யூப் (அலை) அவர்களுக்கு இறைவன் ஏதோ ஒருவிதமான நோயை வழங்கியிருந்தான். அந்த நோயிலிருந்து தன்னைக் குணப்படுத்துமாறு அவர்கள் இறைவனிடம் மன்றாடினார்கள். இறைவன் அந்த நோயைக் குணப்படுத்தினான். அய்யூப் (அலை) அவர்களின் நோயைப் பற்றி இந்த அளவிற்குத் தான் குர்ஆனில் கூறப்பட்டுள்ளது.

وَاذْكُرْ عَبْدَنَا أَيُّوبَ إِذْ نَادَى رَبَّهُ أَنِّي مَسَّنِيَ الشَّيْطَانُ بِنُصْبٍ وَعَذَابٍ (41) ارْكُضْ بِرِجْلِكَ هَذَا مُغْتَسَلٌ بَارِدٌ وَشَرَابٌ (42) 38

நமது அடியார் அய்யூபை நினைவூட்டுவீராக! "ஷைத்தான் வேதனையாலும், துன்புறுத்தலாலும் என்னைத் தீண்டி விட்டான்" என்று தமது இறைவனிடம் அவர் பிரார்த்தித்த போது, "உமது காலால் மிதிப்பீராக! இதோ குளிர்ந்த குளிக்குமிடம்! பானம்!" (எனக் கூறினோம்).

அவருக்கு அவரது குடும்பத்தினரையும் அவர்களுடன் அவர்களைப் போன்றோரையும் வழங்கினோம். இது நம்மிடமிருந்து கிடைக்கப் பெறும் அருளும், அறிவுடையோருக்கு அறிவுரையுமாகும்.

உமது கையால் புல்லில் ஒரு பிடியை எடுத்து அதன் மூலம் அடிப்பீராக! சத்தியத்தை முறிக்காதீர்! (என்றோம்.) நாம் அவரைப் பொறுமையாளராகக் கண்டோம். அவர் சிறந்த அடியார். அவர் (நம்மிடம்) திரும்புபவர்.

அல்குர்ஆன் (38 : 41)

அய்யூப் (அலை) அவர்களுக்கு நோய் ஏற்பட்டவுடன் அந்த நோயைக் குணப்படுத்துமாறு அல்லாஹ்விடம் வேண்டினார்கள் என்று குர்ஆன் கூறுகின்றது. ஆனால் நீங்கள் கூறிய கதை கீழே விழுந்த புழுக்களை எடுத்து மீண்டும் தன் உடலுக்குள் செலுத்தி அய்யூப் (அலை) நோயை அதிகப்படுத்திக் கொண்டார்கள் எனக் கூறுகின்றது.

உடலை அரித்து அழிக்கக்கூடிய புழக்களை அகற்ற வேண்டும் என்று நினைப்பதே மனித இயல்பு. நோயால் உடல் பாதிக்கப்பட்டால்

மருத்துவம் செய்து உடல் நலத்தைப் பேண வேண்டும் என மார்க்கம் கூறுகின்றது. அய்யூப் (அலை) அவர்களின் பிரார்த்தனையும் இந்த அடிப்படையில் தான் அமைந்துள்ளது.

ஆனால் மேற்கண்ட சம்பவம் இந்த அடிப்படைகளுக்கு மாற்றமான கருத்தைக் கொடுக்கின்றது. இது பொய்யான கட்டுக்கதை என்பது இதன் மூலம் தெளிவாகின்றது.

24. பெண்கள் வீடு வீடாக சென்று தா:வா பணி செய்யலாமா?

பிரச்சாரம் செய்யும் வழிமுறைகள் காலத்துக்கு காலம் மாறுபடும். நபிகள் நாயகம் (ஸல்) அவர்கள் காலத்தில் துண்டுப்பிரசுரம் போட்டு பிரச்சாரம் செய்தார்களா? சுவரொட்டி தொலைக்காட்சி இன்னும் பல ஊடகங்கள் வழியாக பிரச்சாரம் செய்தார்களா? என்று கேல்வி கேட்க் கூடாது. பொதுவாக பிரச்சாரம் செய்யும் பொறுப்பு நமக்கு சுமத்தப்பட்டுள்ளது. அந்தப் பொறுப்பை நாம் விரும்பும் வழிகளைப் பயன்படுத்தி செய்து கொள்ளலாம். நபிகள் நாயகம் ஸல் அவர்கள் காலத்தில் பெண்கள் ஐந்து நேரத் தொழுகைக்கும் ஜும்மாவுக்கும் பள்ளிவாசலுக்கு வந்தார்-கள். நபிகள் நாயகம் ஸல் அவர்களின் போதனையை அனைவரும் தாமாகவே தேடி வந்து கேட்டார்கள். அதனால் வீடு வீடாக சென்று பிரச்சாரம் செய்யும் அவசியம் எழ்வில்லை.

இன்று ஆரவத்துடன் மக்கள் வராத காரணத்தால் அவர்களைத் தேடிச் என்று பிரச்சாரம் செய்தால் மட்டுமே செய்திகள் அவரகளைச் சென்றடையும். எனவே வீடு வீடாக போய் பிரச்சாரம் செய்வது ஆண்-களாயினும் பெண்களாயினும் அது வரவேற்கத்தக்கது தான்.

அழைப்புப் பணி செய்வோருக்கு மார்க்கத்தில் ஏராளமான சிறப்பு-களும் நன்மைகளும் இருப்பதாகக் கூறப்பட்டுள்ளது. நமது முயற்சியால் பிறர் நன்மை செய்யும் போது அது போன்ற நன்மை நமக்கும் கிடைக்-கின்றது.

இப்பணியைப் பொறுத்தவரை இது ஆண் பெண் ஆகிய இரு-பாலருக்கும் பொதுவான பணியாகும். ஆண்கள் மட்டுமே இப்பணியில் ஈடுபட வேண்டும் என்று நபிகள் நாயகம் (ஸல்) அவர்கள் கூறவில்லை.

பெண்கள் இப்பணியில் ஈடுபட்டால் ஆண்களுக்குக் கிடைக்கின்ற அதே நன்மைகளும் சிறப்புகளும் பெண்களுக்கும் கிடைக்கும்.

பெண்கள் மீதும் பிரச்சாரம் செய்யும் பொறுப்பு சுமத்தப்பட்டுள்ளது என்பதை பின்வரும் வசனத்தில் இருந்து அறியலாம்.

நம்பிக்கை கொண்ட ஆண்களும், பெண்களும் ஒருவர் மற்றவருக்கு உற்ற நண்பர்கள். அவர்கள் நன்மையை ஏவுவார்கள். தீமையைத் தடுப்-பார்கள். தொழுகையை நிலை நாட்டுவார்கள். ஸகாத்தையும் கொடுப்-பார்கள். அல்லாஹ்வுக்கும், அவனது தூதருக்கும் கட்டுப்படுவார்கள். அவர்களுக்கே அல்லாஹ் அருள்புரிவான். அல்லாஹ் மிகைத்தவன்; ஞானமிக்கவன்.

திருக்குர் ஆன் 9:71

ஆனால் இப்பணியில் ஈடுபடும் பெண்கள் இதனால் தாங்கள் ஆற்ற வேண்டிய கடமைகளில் குறைவைத்துவிடக் கூடாது. வீட்டையும் குழந்-தைகளையும் பராமரித்தல் கணவனுக்கு பணிவிடை செய்து சந்தோஷ-மாக வைத்தல் போன்றவை பெண்களின் மீதுள்ள கடமைகளாகும்.

பெண்கள் அழைப்புப் பணியில் ஈடுபட்டு இந்தக் கடமைகளை முறையாக ஆற்ற முடியாத சூழல் ஏற்பட்டால் அப்போது அவர்கள் குடும்பத்தைக் கவனிப்பதே நல்லது.

25.முஹம்மது (ஸல்) அவரளின் முதல் பணி என்ன?

(இடையன்) ஆடு மேய்ப்பாளர்

26.குரானில் எத்தனை இடங்களில் து ஆக்கள் இடம் பெற்றிருக்கிறது? அதில் ஐந்தை மட்டும் சொல்லவும்?

65 இடங்களில் இடம் பெற்றிருக்கிறது

27. யூதர்கள் _________ அல்லாஹ்வுடைய மகன் என்று கூறுகிறார்கள்?

وَقَالَتِ الْيَهُودُ عُزَيْرٌ ابْنُ اللهِ وَقَالَتِ النَّصَارَى الْمَسِيحُ ابْنُ اللهِ ذَ لِكَ قَوْلُهُم بِأَ فْوَاهِهِمْ يُضَاهِئُونَ قَوْلَ الَّذِينَ كَفَرُوا مِن قَبْلُ قَاتَلَهُمُ اللَّهُ أَنَّى يُؤْفَكُونَ

وَقَالَتِ الْيَهُودُ عُزَيْرٌ ابْنُ اللهِ وَقَالَتِ النَّصَارَى الْمَسِيحُ ابْنُ اللهِ ذَ لِكَ قَوْلُهُم بِأَ فْوَاهِهِمْ يُضَاهِئُونَ قَوْلَ الَّذِينَ كَفَرُوا مِن قَبْلُ قَاتَلَهُمُ اللَّهُ أَنَّى يُؤْفَكُونَ

யூதர்கள் (நபி) உஜைரை அல்லாஹ்வுடைய மகன் என்று கூறுகிறார்-கள்;

28. கிறிஸ்தவர்கள் _________ அல்லாஹ்வுடைய மகன் என்று கூறுகிறார்கள்;?

கிறிஸ்தவர்கள் (ஈஸா) மஸீஹை அல்லாஹ்வுடைய மகன் என்று கூறு-கிறார்கள்;

இது அவர்கள் வாய்களால் கூறும் கூற்றேயாகும்; இவர்களுக்கு, முன்னிருந்த நிராகரிப்போரின் கூற்றுக்கு இவர்கள் ஒத்துப்போகிறார்கள்; அல்லாஹ் அவர்களை அழிப்பானாக! எங்கே திருப்பப்படுகிறார்கள்?

(அல்குர்ஆன் : 9:30)

30.நற்குணத்தில் உயர்ந்த நபித்தோழியர்கள் இருவர் யார் யார்?

அன்பிற்குரிய அல்லாஹ்வின் நல்லடியார்களே!

நபிகள் நாயகம் (ஸல்) அவர்கள் காலத்தில் வாழ்ந்த நபித்தோழியர்கள் மிக உயர்ந்த நற்குணங்களுக்கு சொந்தக்காரர்களாகத் திகழ்ந்துள்ளனர். அவர்களின் வாழ்வில் நடந்த சம்பவங்களைச் சிந்திக்கும் எவரது கண்களிலும் கண்ணீர்த் துளிகள் பெருக்கெடுக்கும். அந்த அளவிற்கு இஸ்லாத்தினை உள்ளத்தில் கடுகளவும் சந்தேகம் இன்றி மிக உறுதியாகப் பின்பற்றியுள்ளனர். மறுமை நம்பிக்கை என்பதை வெறும் வாயளவில் மட்டும் இல்லாமல் செயலளவிலும் அந்த நம்பிக்கைக்கு ஏற்ப வாழ்ந்து காட்டியுள்ளனர்.

இறைச் செய்தியான குர்ஆன் மற்றும் சுன்னாவை மட்டும் பின்பற்றிய நபித்தோழியர்களை, அந்த அற்புத இஸ்லாம் எப்படிப்பட்ட உயர்ந்த நற்குணம் குடிகொண்டவர்களாக மாற்றியது என்பதற்குச் சில உண்மையான வரலாற்றுச் சான்றுகளைக் இந்த உரையில் காண்போம்.

நீளமான கை கொண்ட அன்னை ஸைனப் (ரலி)

ஆயிஷா (ரலி) அவர்கள் கூறியதாவது:

நபி (ஸல்) அவர்களின் மனைவியரில் ஒருவர் நபி (ஸல்) அவர்களிடம், 'உங்களது மரணத்திற்குப் பின் எங்களில் யார் முதலில் வந்து உங்களைச் சேர்வார்?' எனக் கேட்டார். அதற்கு, 'உங்களில் கை நீளமானவரே' என நபி (ஸல்) அவர்கள் கூறினார்கள். உடனே அவர்கள் ஒரு குச்சியை எடுத்துத் தங்களின் கைகளை அளந்து பார்த்த போது ஸவ்தா (ரலி) அவர்களின் கைகளே மிகவும் நீளமானவையாக இருந்தன. (ஸைனப் (ரலி) இறந்த) பிறகுதான் கை நீளமானவர் என்பது, அதிகம் தர்மம் செய்பவரைக் குறிக்கிறது என்பதை நாங்கள் அறிந்தோம். (ஸைனப்) அவ்வாறு அதிகம் தர்மம் செய்பவராக இருந்ததால் தான் நபி (ஸல்) அவர்களை முதலில் அடைந்தார். மேலும் அவர் தர்மம் செய்வதை (மிகவும்) விரும்பக் கூடியவராகவும் இருந்தார்.

நூல்: புகாரி-1420

அண்ணலாரின் அருமை மனைவியார் அன்னை ஸைனப் (ரலி) அவர்களின் மிக உயர்ந்த நற்குணத்தை இச்சம்பவம் எடுத்துரைக்கிறது.

திருமறைக் குர்ஆனின் ஏராளமான வசனங்களும், நபிமொழிகளும் இறைவழியில் வாரி வழங்குவதன் சிறப்புகளை எடுத்துரைக்கின்றன. ஆனால் வெறுமனே படித்து விட்டும், கேட்டுவிட்டும் கடந்து செல்வோர் தான் ஏராளமாக உள்ளனர். திருமறை வசனங்களும், இறைத்தூதர்களின் போதனைகளும் அவர்களின் உள்ளங்களில் எத்தகைய மாற்றத்தையும் உருவாக்குவதில்லை.

ஆனால் அண்ணலெம் பெருமானாரின் அருமை மனைவியார் அன்னை ஸைனப் (ரலி) அவர்கள் இறைக் கட்டளைகளுக்கிணங்க வாரிவழங்கும் மிக உயர்ந்த நற்குணம் கொண்டவர்களாகத் திகழ்ந்துள்-ளனர்.

மரணம் என்பது நிரந்தப் பிரிவல்ல. மு^ஃமின்களுக்கு அது ஒரு தற்-காலிகப் பிரிவுதான். இதனால் தான் நபியவர்கள் மரணித்த பிறகும் மு^ஃமின்களுக்கு அழிவில்லை என்பதை ''உங்களில் கை நீளமானவர் என்னை முதலில் சந்திப்பார்'' என்று கூறி மரணத்திற்குப் பிறகும் மு^ஃ-மின்களுக்கு சந்திப்பு உண்டு என்று எடுத்துரைக்கிறார்கள்.

உயிரினும் மேலான உத்தம நபியை முதலில் சந்திக்கும் வாய்ப்பை அன்னை ஸைனப் (ரலி) அவர்கள் தம்முடைய வாரி வழங்கும் உயர்ந்த உள்ளத்தால் உடனடியாகப் பெற்றுக் கொள்கிறார்கள்.

தனக்குத் தேவையிருந்தும் வாரி வழங்கிய அன்னை ஆயிஷா (ரலி) ஆயிஷா (ரலி) அவர்கள் கூறியதாவது:

ஒரு பெண்மணி தனது இரு பெண் குழந்தைகளுடன் யாசித்த வண்-ணம் வந்தார். என்னிடம் அப்போது ஒரு பேரீச்சம் பழத்தைத் தவிர வேறு எதுவும் இல்லை. எனவே அதை அவரிடம் கொடுத்தேன். அவர் அதை இரண்டாகப் பங்கிட்டு இரு குழந்தைகளுக்கும் கொடுத்துவிட்-டார். அவர் அதிலிருந்து சாப்பிடவில்லை. பிறகு அவர் எழுந்து சென்று விட்டார். அப்போது நபி (ஸல்) அவர்கள் என்னிடம் வந்தார்கள். நான் அவர்களிடம் இச்செய்தியைக் கூறியதும் அவர்கள், இவ்வாறு பல பெண் குழந்தைகளால் யார் சோதிக்கப்படுகின்றாரோ அவருக்கு அக்குழந்தை-கள் நரகத்திலிருந்து அவரைக் காக்கும் திரையாக ஆவார்கள் எனக் கூறினார்கள்.

நூல்: புகாரி-1418

மு^ஃமின்களின் மிக உயரிய பண்பினை திருமறைக் குர்ஆன் பின்வ-ருமாறு எடுத்துரைக்கிறது.

وَلَا يَجِدُوْنَ فِیْ صُدُوْرِهِمْ حَاجَةً مِّمَّا أُوْتُوْا وَيُـؤْثِرُوْنَ عَلٰٓى أَنْفُسِهِمْ وَلَوْ كَانَ بِهِمْ خَصَاصَةٌ وَمَن يُّوقَ شُحَّ نَفْسِهِ فَأُولٰٓئِكَ هُمُ الْمُفْلِحُوْنَ

தமக்கு வறுமை இருந்தபோதும் தம்மை விட (அவர்களுக்கு) முன்-னுரிமை அளிக்கின்றனர். தன்னிடமுள்ள கஞ்சத்தனத்திலிருந்து காக்கப் படுவோரே வெற்றி பெற்றோர்.

(அல்குர்ஆன்:59:9.)

திருக்குர்ஆன் குறிப்பிடும் மும்மின்களின் மிக உயர்ந்த பண்பினைக் கொண்டவர்களாக அன்னை ஆயிஷா (ரலி) திகழ்ந்துள்ளார்கள் என்-பதை மேற்கண்ட செய்தி எடுத்துரைக்கிறது.

அன்னை ஆயிஷா (ரலி) அவர்களிடம் இருந்தது ஒரே ஒரு பேரீச்-சம்பழம் தான். அந்த ஒரு பேரீச்சம் பழத்தைக் கூட தன்னிடம் யாசகம் கேட்டு வந்த அந்த ஏழைப் பெண்ணிற்கு வழங்குகிறார்கள்.

தன்னுடைய தேவை போகத்தான் தானம் என்பதே மனித இயல்பு. ஆனால் தனக்கில்லாத போதும் பிறருக்கு வழங்குதல் மனித நேயர்களின் இயல்பு. அத்தகைய மனிதநேயமிக்க நற்குணம் கொண்டவர்களாக அன்னை ஆயிஷா (ரலி) அவர்கள் திகழ்ந்துள்ளார்கள் என்பதை மேற்-கண்ட செய்தியின் மூலம் நாம் அறிந்து கொள்ள முடிகிறது.

இஸ்லாம் எடுத்துரைக்கும் தர்ம சிந்தனைகளை தன்னுடைய சிந்தை-யில் இருத்தி சீரிய செயலாற்றல் கொண்டவர்களாக அன்னை ஆயிஷா (ரலி) அவர்கள் திகழ்ந்துள்ளார்கள் என்பதையும் எடுத்துரைக்கின்றது.

நரகத்திற்கு அஞ்சி வாரி வழங்கிய ஸைனப் (ரலி)

அபூசயீத் அல்குத்ரீ (ரலி) அவர்கள் கூறியதாவது:

நபி(ஸல்) அவர்கள் நோன்புப் பெருநாளிலோ, அல்லது ஹஜ்ஜுப் பெருநாளிலோ முஸல்லா எனும் தொழும் திடலுக்குச் சென்று தொழு-துவிட்டு உரை நிகழ்த்தினார்கள். மக்களே! தர்மம் செய்யுங்கள் என்று மக்களுக்குக் கட்டளையிட்டார்கள். பிறகு பெண்கள் பகுதிக்குச் சென்று, 'பெண்களே! தர்மம் செய்யுங்கள்; ஏனெனில் நரகவாசிகளில் நீங்களே அதிகமாக இருப்பதை நான் பார்த்தேன்' என்றார்கள். 'அல்லாஹ்வின்

தூதரே! ஏன் இந்நிலை?' எனப் பெண்கள் கேட்டதும், 'நீங்கள் அதிக-மாகச் சபிக்கிறீர்கள்; கணவனுக்கு மாறு செய்கிறீர்கள்; கூரிய அறிவு-டைய ஆண்மகனின் புத்தியை, அறிவிலும் மார்க்கத்தி(ன் கடமையி)லும் குறைவுடையவர்களாக உள்ள நீங்கள் போக்கிவிடுகிறீர்கள்' என்று நபி (ஸல்) கூறிவிட்டு, (வீட்டிற்குச்) சென்றார்கள். இப்னு மஸ்வூதின் மனைவி ஸைனப் (ரலி) வந்து வீட்டினுள் வர அனுமதி கோரினர்.

அல்லாஹ்வின் தூதரே! ஸைனப் வந்திருக்கிறார் என்று கூறப்பட்டது. எந்த ஸைனப்? என நபி (ஸல்) அவாகள் வினவ, இப்னு மஸ்வூதின் மனைவி ஸைனப்! என்று கூறப்பட்டது. அவருக்கு அனுமதி வழங்-குங்கள்! என்று நபி (ஸல்) அவர்கள் கூறியதும் அனுமதி வழங்கப்-பட்டது. அவர் (வந்ததும்) 'அல்லாஹ்வின் தூதரே! தர்மம் செய்யுமாறு இன்று நீங்கள் கட்டளையிட்டீர்கள். என்னிடம் எனக்குச் சொந்தமான ஒரு நகை இருக்கிறது. அதைத் தர்மம் செய்ய நான் நாடினேன். (என் கணவர்) இப்னு மஸ்வூத், தாமும் தமது குழந்தைகளுமே அதைப் பெறுவதற்கு அதிக உரிமை படைத்தவர்கள் எனக் கூறுகிறார். (என்ன செய்ய?)' என்று கேட்டார். 'இப்னு மஸ்வூத் கூறுவது உண்மைதான்! உன் கணவரும், உன் குழந்தைகளுமே உனது தர்மத்தைப் பெறுவதற்கு அதிக உரிமை படைத்தவர்கள்' என நபி (ஸல்) அவர்கள் கூறினார்கள்.

நூல்: புகாரி-1462

பெண்களே அதிகம் தர்மம் செய்யுங்கள். உங்களைத் தான் நான் நரகில் அதிகம் கண்டேன் என்ற இறைத்தூதரின் எச்சரிக்கை ஸைனப் அவர்களின் உள்ளத்தில் பெரும் தாக்கத்தை ஏற்படுத்தியுள்ளது என்பதை மேற்கண்ட சம்பவம் எடுத்துரைக்கிறது.

நரகத்தின் மீது அவர்கள் கொண்ட பயத்தினையும், இறைத்தூதரின் வார்த்தைகளின் மீது அவர்கள் கொண்ட நம்பிக்கையையும், அவர்க-ளுக்கிருந்த வாரி வழங்கும் உயர்ந்த உள்ளத்தையும் இச்சம்பவம் நம் கண்களின் முன் கொண்டு வருகிறது.

கணவரே தனது தேவையை எடுத்துரைத்து தனக்கு தர்மம் செய்யு-மாறு வேண்டிய பிறகும் இறைத்தூதரின் கருத்தறியாமல் வழங்க இயலாது என்பதை எடுத்துரைக்கிறார்கள். இறைத்தூதர் வழிகாட்டிய பிறகே அதனை நல்வழியாகக் கருதுகின்றார்கள்.

நபித்தோழியர்களின் வாழ்வில் நடந்த இச்சம்பவத்தில் நாம் பெற வேண்டிய பல படிப்பினைகள் இச்சம்பவத்தில் நிறைந்துள்ளன.

அன்னதானம் வழங்கிய அன்னை உம்முஷரீக் (ரலி)

உம்மு ஷரீக் (ரலி) அவர்கள் பனூ ஆமிர் பின் லுஅய் குலத்தைச் சேர்ந்த பெண்மணி ஆவார்கள்.

நூல்: முஸ்லிம்-4506

உம்மு ஷரீக் (ரலி) அவர்கள் அன்சாரிகளில் வசதி படைத்த பெண்-மணியாகவும், அல்லாஹ்வின் பாதையில் பெருமளவில் செலவு செய்யக் கூடியவராகவும் இருந்தார். அவரது இல்லத்தில் விருந்தாளிகள் தங்கு-வார்கள். நபி (ஸல்) அவர்களே உம்மு ஷரீக் ஏராளமான விருந்தாளி-களை உபசரிக்கும் ஒரு பெண்மணி ஆவார் என்று மிகவும் சிறப்பித்துக் கூறியுள்ளார்கள். இதனை ஸஹீஹ் முஸ்லிம் (5638) ஹதீஸிலிருந்து நாம் அறிந்து கொள்ளலாம்.

உம்மு ஷரீக் ஏராளமான விருந்தாளிகளை உபசரிக்கும் ஒரு பெண்-மணி ஆவார் என்று நபிகள் நாயகம் (ஸல்) அவர்கள் கூறினார்கள்.

நூல் : முஸ்லிம்-5638

பசித்தோருக்கு உணவளிப்பது மிகச் சிறந்த நல்லறமாகும்.

அல்லாஹ் தீயவர்களின் பண்பினை பற்றிக் குறிப்பிடும் போது "ஏழைக்கு உணவளிக்க அவன் தூண்டுவதில்லை" (அல்குர்-ஆன்-107:3) என்று குறிப்பிடுகின்றான்.

உண்மையான நல்லடியார்களின் பண்பு எவ்வித பிரதிபலனையும் எதிர்பாராமல் இறைவனின் திருமுகத்தை மட்டும் நாடி பசித்தோருக்கு உணவளிப்பதாகும்.

76:8 وَيُطْعِمُوْنَ الطَّعَامَ عَلَى حُبِّهِ؟ مِسْكِيْنًا وَّيَتِيْمًا وَّاَسِيْرًا

76:9 اِنَّمَا نُطْعِمُكُمْ لِوَجْهِ اللهِ لَا نُرِيْدُ مِنْكُمْ جَزَاۤءً وَّلَا شُكُوْرًا

அவனை நேசித்ததற்காக ஏழைக்கும், அனாதைக்கும், சிறைப்பட்டவருக்-கும் உணவளிப்பார்கள். "அல்லாஹ்வின் முகத்துக்காகவே உங்களுக்கு உணவளிக்கிறோம். உங்களிடமிருந்து பிரதிபலனையோ, நன்றியையோ

நாங்கள் எதிர்பார்க்கவில்லை'' (எனக் கூறுவார்கள்.)

(அல்குர்ஆன்:76:8, 9.)

இறைவன் எடுத்துரைக்கும் நல்லடியார்களின் நற்பண்பினைக் கொண்டவர்களாக அன்னை உம்மு ஷரீக் (ரலி) அவர்கள் திகழ்ந்-துள்ளார்கள். இறைவன் அவர்களுக்கு தாராளமாகச் செல்வ வசதியைக் கொடுத்த காரணத்தினால் தம்முடைய செல்வத்தின் மூலம் முஸ்லிம்க-ளுக்கு விருந்தளித்துப் பசி போக்கியுள்ளார்கள்.

அதனால் தான் இறைத்தூதர் (ஸல்) அவர்கள் அன்னை உம்மு ஷரீக் (ரலி) அவர்களைப் பற்றி பாராட்டிக் கூறியுள்ளார்கள்.

செல்வ வசதி பெற்ற எத்தனையோ செல்வந்தர்கள் பிறர் நலத்தி-னைப் பற்றிக் கடுகளவும் அக்கறையின்றி செயல்படும் போது அன்னை உம்மு ஷரீக் (ரலி) அவர்கள் தம்முடைய செல்வத்திலிருந்து உணவ-ளித்து, விருந்தளித்தது அவர்களின் உயரிய குணத்தை நமக்குப் படம் பிடித்துக் காட்டுகிறது.

ஏழைகளுக்கு உணவளித்த உன்னதப் பெண்மணி

சஹ்ல் பின் சஅத் (ரலி) அவர்கள் கூறியதாவது:

(மதீனாவில்) எங்களிடையே (வயது முதிர்ந்த) பெண்மணி ஒருவர் இருந்தார். அவர் தமது தோட்டத்தின் வாயக்கால் வரப்பில் தண்டுக் கீரைச் செடியை பயிர் செய்வார். வெள்ளிக்கிழமை வந்துவிட்டால் அவர் அந்தக் கீரையின் தண்டுகளைப் பிடுங்கி வந்து ஒரு பாத்திரத்தில் போடு-வார். அதில் ஒரு கையளவு வாற்கோதுமையை போட்டுக் கடைவார். அந்தக் கீரைத் தண்டுதான் (எங்கள்) உணவில் மாமிசம் போன்று அமையும்.

நாங்கள் ஜுமுஆத் தொழுகை தொழுதுவிட்டுத் திரும்பி வந்து அவருக்கு சலாம் சொல்வோம் அந்த உணவை அவர் எங்களுக்குப் பரி-மாறுவார். அதை நாங்கள் ருசித்துச் சாப்பிடுவோம். அவருடைய அந்த உணவுக்காக நாங்கள் வெள்ளிக்கிழமையை (அது எப்போது வருமென) எதிர்பார்த்துக் கொண்டிருப்போம்.

நூல்: புகாரி-938

நபியவர்களின் காலத்தில் நபித்தோழர்கள் அதிலும் குறிப்பாக பெண்-கள் எந்த அளவிற்குச் சிறந்து விளங்கினார்கள் என்பதை இச்சம்பவம் எடுத்துரைக்கிறது.

வெள்ளிக்கிழமை என்றாலே மிகச் சிறப்பாக உணவருந்த வேண்டும் என அனைவரும் விரும்புவர். ஆனால் வெள்ளிக்கிழமை கூட வயிற்றுக்கு உணவில்லாத ஏழை ஸஹாபாக்களும் நபியவர்கள் காலத்தில் இருந்துள்ளனர். அத்தகைய ஏழை நபித்தோழர்களுக்கு ஒரு அடைக்கலமாக தன்னுடைய வயோதிக காலத்திலும் ஒரு பெண்மணி திகழ்ந்துள்ளார் என்றால் எத்தகைய உயரிய நற்குணங்களுக்கு உரியவர்களாகத் திகழ்ந்துள்ளார்கள் என்பதைக் கண்டு நம் மெய்சிலிர்க்கின்றது.

வயோதிக காலத்திலும் தமது தோட்டத்தில் தானே பயிர் செய்து, அதனை அறுவடை செய்து, தானே சமையலும் செய்து, வெள்ளிக்கிழமை ஏழை நபித்தோழர்களுக்கு உணவளித்துள்ளார் என்றால் உண்மையில் மிகச் சிறந்த இறைநம்பிக்கையாளராகவும், இறை நம்பிக்கையாளருக்கு உதாரணமாகவும் இப்பெண்மணி திகழ்ந்துள்ளார்கள் என்பதை நாம் அறிந்து கொள்ள முடிகின்றது.

எனவே மேற்கூறிய அனைத்து விஷயங்களும் நம் வாழ்கையில் பாடமாகவும் படிப்பினையாகவும் கொண்டு வாழும் நன் மக்களாய் அல்லாஹ் நம் அனைவரையும் ஆக்கி அருள் புரிவானாக.!

வாஆகிறு த:வானா
அனில்ஹம்துலில்லாஹி ரப்பில் ஆலமீன்.

9 798886 847185